നെല്ലാടി ഗ്രാമത്തിലെ
നല്ല കർഷകൻ

Nelladi Gramathile Nalla Karshakan
Eare Rasikkan Pathu Chithrakathakal
Childrens literature

Balukrishna S

CHINTHA PUBLISHERS
Thiruvananthapuram

First Edition
December 2021

Published & Typesetting
Chintha Publishers, Thiruvananthapuram

Printed at
Time offset printers, Thiruvananthapuram

Cover Design
Subin Abraham

ISBN : 978-93-93468-05-5

CO - 3043 / 5625

Email: chinthapublishers@gmail.com
Website: www.chinthapublishers.com

Distribution
DESHABHIMANI BOOKHOUSE
H O Thiruvananthapuram 695035

Branch
Head Office Kunnukuzhi • Statue Thiruvananthapuram •
KSRTC Bus Station Thiruvananthapuram
KSRTC Bus Station Alappuzha • KSRTC Bus Station Ernakulam •
Machingal Lane Thrissur • IG Road Kozhikode •
Mavoor Road Kozhikode • NGO Union Building Kannur •
Central Bus Terminal Complex Thavakkara Kannur

നെല്ലാടി ഗ്രാമത്തിലെ നല്ല കർഷകൻ

ഏറെ രസിക്കാൻ പത്തു ചിത്രകഥകൾ

ബാലുകൃഷ്ണ എസ്

ചിന്ത പബ്ലിഷേഴ്സ്
തിരുവനന്തപുരം-695 035

ബാലുകൃഷ്ണ എസ്

തിരുവനന്തപുരം ജില്ലയിലെ വർക്കലയ്ക്കു സമീപം ഒറ്റൂർ എന്ന ഗ്രാമത്തിൽ 2001 ൽ ജനനം. അച്ഛൻ ബി സതീഷ്. അമ്മ: ശുഭാ ദേവി, പ്രൈമറി വിദ്യാർത്ഥിയായിരുന്നപ്പോൾ തന്നെ ചിത്രകഥകൾ രചിച്ചു തുടങ്ങി. സ്കൂൾ കലോത്സവങ്ങളിൽ കാർട്ടൂൺ മത്സരങ്ങളിൽ പുരസ്കാരങ്ങൾ ലഭിച്ചിട്ടുണ്ട്. ഇത് ആദ്യമായി പുറത്തിറങ്ങുന്ന പുസ്തകം. ഇപ്പോൾ ഡി എൽ എഡിന് പഠിക്കുന്നു.

വിലാസം : ശശിവിലാസം, ഒറ്റൂർ
മണമ്പൂർ പി ഒ, പിൻ – 695611

ഫോൺ : 9895134139

ഉള്ളടക്കം

പ്രസാധകക്കുറിപ്പ്

പുതിയ കാലത്തിന്റെ കാഴ്ചകളെ ലളിതമനോഹരമായി ചിത്രങ്ങളിലൂടെ അവതരിപ്പിക്കുന്ന ചിത്രകഥാ പുസ്തകമാണ് *നെല്ലാടി ഗ്രാമത്തിലെ നല്ല കർഷകൻ.* മുത്തശ്ശിക്കഥകളും വായനാനുഭവങ്ങളുമെല്ലാം ചേർത്താണ് ബാലുകൃഷ്ണ ഈ ഗ്രന്ഥം തയ്യാറാക്കിയിരിക്കുന്നത്. ഏറെ രസകരമായ ഈ ഗ്രന്ഥം ഏവർക്കും സ്വീകാര്യമാകും എന്ന വിശ്വാസത്തോടെ...

ചിന്ത പബ്ലിഷേഴ്സ്

ഒരു വാക്ക്

കുട്ടികൾക്കും മുതിർന്നവർക്കും ഒരുപോലെ വായിച്ചാസ്വദിക്കാൻ കഴിയുന്ന വിധം രചിക്കപ്പെട്ടിട്ടുള്ളതാണ് ഇതിലെ ചിത്രകഥകൾ. കുഞ്ഞുനാൾ മുതൽ ഞാൻ കണ്ടും കേട്ടും വായിച്ചറിഞ്ഞതുമായ കാര്യങ്ങളെ അല്പം ഭാവനയുടെ നിറം ചാലിച്ചെഴുതിയും വരച്ചും വെട്ടിയും തിരുത്തിയും ഒടുവിലൊരു പുസ്തകരൂപം പ്രാപിച്ചു.

പ്രായക്കുറവിന്റേതായ അപകാത ഇതിൽ കടന്നുകൂടിയിട്ടുണ്ടെങ്കിൽ ദയവായി പൊറുത്തുമാപ്പാക്കുക. ഈ ഉദ്യമത്തിൽ എന്നെ നിരന്തരം പ്രോത്സാഹിപ്പിച്ച എന്റെ മാതാപിതാക്കൾക്കും ബന്ധുജനങ്ങൾക്കും സുഹൃത്തുക്കൾക്കും എന്റെ വിനീതമായ നന്ദിയും സ്നേഹവും അറിയിച്ചുകൊണ്ട് ഏവർക്കും നല്ലൊരു വായനാനുഭവം ആശംസിക്കുന്നു.

ബാലുകൃഷ്ണ എസ്

നെല്ലാടി ഗ്രാമത്തിലെ
നല്ല കർഷകൻ

തരിശ് ഭൂമികളാൽ സമൃദ്ധമായിരുന്നു നെല്ലൂപ്പടി ഗ്രാമം.
നാട്ടിൽ ക്ഷുദ്രജീവികളെ കൊണ്ട് തോറ്റു.
അവറ്റകൾക്ക് പാർക്കാൻ പൊന്തക്കാടുകൾ നാം തന്നെ ഒരുക്കിക്കൊടുത്തിരിക്കുകയല്ലേ?
ആവതുള്ള കാലത്ത് നാം മണ്ണിനെ നന്നായി പരിപാലിച്ചു. പക്ഷെ...
പക്ഷെ നമ്മുടെ മക്കൾക്ക് വയലും വേണ്ട കൃഷിം വേണ്ട.
നാടിന്റെ പൊതുസ്വഭാവം ഇങ്ങനെയായിരുന്നെങ്കിലും, സുഗുണൻ എന്ന കർഷകൻ മാത്രം കൃഷിയെ കൈവിട്ടില്ല.
അയാളുടെ കൃഷിയിടം തന്നാലാവും വിധം നന്നായി പരിപാലിച്ചു.

നെല്ലാടി ഗ്രാമത്തിലെ നല്ല കർഷകൻ

ബാലുകൃഷ്ണ എസ്

പിന്നെ അടുത്ത ദിവസം
അയ്യോ നമ്മുടെ നെല്ലെല്ലാം ആരോ കൊണ്ടുപോയി !
കാര്യമായിപ്പോയി. ഞാനെത്ര പറഞ്ഞതാ ലോണെടുത്ത് കൃഷിയിറക്കണ്ടാന്ന്.
ഇനിയിപ്പൊ കുറച്ച് വസ്തു വിറ്റ് കടം വീട്ടാം.
നാട്ടിലെ പ്രമാണിമാർ സുഗുണനെ കളിയാക്കി.
പുരയിടം വിറ്റ് കൃഷിചെയ്യുന്ന അവനൊരു മണ്ടൻ തന്നെ
പേരിന് വിപരീതമാ അവന്റെ പ്രവർത്തി. ഹിഹി ദുർഗുണൻ.
പലരുടേയും കുത്തുവാക്കുകൾ കേട്ടിട്ടും അയാൾ തോൽക്കാൻ തയ്യാറായില്ല. പതിവു പോലെ അടുത്ത വർഷവും കൃഷിയിറക്കി.
പക്ഷെ... നിനച്ചിരിക്കാതെ വന്ന പ്രളയത്തിൽ എല്ലാം ഒലിച്ചുപോയി.
ദൈവമെ, എന്റെ പ്രയത്നം അങ്ങ് കാണുന്നില്ലേ? ഒരേയൊരു ശ്രമം കൂടി ഞാൻ നടത്തുകയാണ് അവസാന ശ്രമം.

ബാലുകൃഷ്ണ എസ്

എന്നാൽ അടുത്ത വർഷമാകട്ടെ അതിന്നു വിപരീതമായി കൊടും വരൾച്ചയുണ്ടായി.
നാട്ടുകാരുടെ പരിഹാസവും ... സുഗുണന്റെ സ്വഭാവത്തിൽ മാറ്റം വന്നു.
എന്തിനാ ഞാൻമാത്രം മാറി ചിന്തിക്കുന്നത്?, ആർക്കും ... വേണ്ട. കൃഷി വേണ്ടെങ്കിൽ എനിക്കും ... ജീവിക്കാം.
അന്നു രാത്രി സുഗുണൻ ഒരു സുന്ദര സ്വപ്നം കണ്ടു.
മണ്ണിൽ നിന്നും പൊന്ന് വിളയിക്കാൻ ഒരുപായം കേട്ടോളൂ. ... മലയോരത്തു പോയി ... കൃഷി ... തുടങ്ങിക്കോളൂ!
ഗാഢ നിദ്രയിൽ നിന്നും ഞെട്ടിയുണർന്ന സുഗുണൻ..
ങേ, ഞാനിപ്പോൾ കേട്ടത് സ്വപ്നമോ സത്യമോ?
ശാന്തേ എടി ശാന്തേ, ഞാനൊരു സ്വപ്നം കണ്ടെടി.

പിറ്റേന്ന് സുഗുണന്റെ അച്ഛൻ വീട്ടിലെത്തി
ഇനി എന്താടാ നിന്റെ പരിപാടി.
അത് സ്വപ്നമല്ല. യാഥാർത്ഥ്യം തന്നെ. ഞാൻ വ്യക്തമായി കേട്ടു.
നീ എന്ത് കേട്ടു?

16 നെല്ലാടി ഗ്രാമത്തിലെ നല്ല കർഷകൻ

ബാലുകൃഷ്ണ എസ്

പക്ഷെ, കഷ്ടകാലം സുഗുണനെ പിന്നെയും വേട്ടയാടി. അതിശക്തമായ കാറ്റിൽ അയാളുടെ അദ്ധ്വാനം പിഴുതെറിയപ്പെട്ടു!
അയ്യോ
നാശം! നിങ്ങടെ ഒടുക്കത്തെ ഒരു സ്വപ്നം.
ഒരു പെട്ട് കുല മാത്രം വീഴാതെ ദേ നിൽക്കുന്നു.
അതും കൂടിയങ്ങ് ചവിട്ടി ഒടിച്ചു കളയാം. ഇനി ഒന്നും വേണ്ട.
വേണ്ട മോനെ. കിളികൾക്കും മറ്റും ഭക്ഷിക്കാൻ നിർത്തണെ. ദൈവം അങ്ങനെ നിശ്ചയിക്കുകയാ. അവരത് കഴിച്ചോട്ടെ.
ഇനി വേണ്ട. ഇങ്ങനെ കിടന്ന് നശിക്കട്ടെ. മണ്ണിൽ പണിയെടുക്കുന്നവരെ ഈശ്വരന് പോലും വേണ്ട.
വാ പോകാം
മണ്ണിനെ പ്രാകി അവർ മടങ്ങുകയായി. മരക്കൊമ്പിലിരുന്ന കിളികൾ ഇവരുടെ സംസാരം കേൾക്കുന്നുണ്ടായിരുന്നു.
ആ പാവം മനുഷ്യർ നമുക്ക് വേണ്ടി ആ കുല നിർത്തിയിട്ട് പോയി
ശരിയാ, നമുക്കവരെ സഹായിക്കാം.

ആഴ്ചകൾക്കു ശേഷം..... ഒരുപറ്റം കിളികളതാ സുഗുണന്റെ വീട് ലക്ഷ്യമാക്കി വരുന്നു. അവരുടെ ചുണ്ടുകളിൽ വാഴപ്പഴങ്ങൾ.
പഴങ്ങൾ അവ സുഗുണന്റെ മുറ്റത്തിട്ടതിനു ശേഷം പറന്നുയർന്നു.
പുറത്തേക്ക് വന്ന സുഗുണൻ .....
ആ കാഴ്ച കണ്ട് ഞെട്ടി.
ങേ, ഇതെന്ത് മറിമായം?... പേട്ട് കൊലയിലെ പഴങ്ങൾ... കിളികൾക്കും വേണ്ടായോ?
എന്നാൽ അടുത്ത നിമിഷം സുഗുണൻ ഞെട്ടി.
ശാന്തേ, നീ ഇങ്ങോട്ട് വന്നേ. അച്ഛനേം കൂടി വിളിക്ക്. അയ്യോ ഇതെല്ലാം സ്വർണ്ണപ്പഴങ്ങളാണല്ലോ?
അച്ഛോ, നിങ്ങൾ കണ്ട സ്വപ്നം...
ഫലിച്ചു.
ങ്ഹാ, ഇനി നമുക്ക് അദ്ധ്വാനിക്കാതെ സുഖമായി കഴിയാം.

എങ്കിൽ പ്രകൃതി സംരക്ഷണം മാത്രം പോരാ, മനുഷ്യരേം സംരക്ഷിക്കണം.
അതെങ്ങനെ?
ശരിയാ മോനേ.
എന്നും ഭക്ഷ്യ സമൃദ്ധി
അതായിരിക്കട്ടെ നമ്മുടെ മുദ്രാവാക്യം
തുടർന്ന് സുഗുണന്റെ ജീവിതം ആകെ മാറി. ഒരു പാടശേഖരം മുഴുവൻ സ്വന്തമാക്കിയ അയാൾ തുടർന്നുള്ള കാലം ഒരു മോഡേൺ ഹൈ ടെക് കർഷകനായി ജീവിച്ചു.
അവസാനിച്ചു.

പരിസ്ഥിതി പണിക്കരുടെ പരിതാപ സ്ഥിതി

ബാലുകൃഷ്ണ എസ്

ഈ പാടശേഖര-
ത്തിൻ ഒരു തരി
മണ്ണുപോലും വീഴ്ത്താൻ
ഞങ്ങൾ സമ്മതിക്കില്ല.
പാടശേഖര
സംരക്ഷണ സമിതി
ഞങ്ങളെയൊക്കെ കൊന്നിട്ട്
മതി ഈ വൃക്ഷങ്ങളിൽ കോടാലി-
വീഴ്ത്താൻ.
വൃക്ഷ പരിപാ
ലന സമിതി
ആയതിനാൽ
പ്ലാസ്റ്റിക് ഉല്പന്നങ്ങൾ
നാം ബഹിഷ്കരിക്കണം...
ഈ പ്രകൃതിസ്നേഹി
ആളു കൊള്ളാല്ലോ
ഇതാണ് നമ്മുടെ
പരിസ്ഥിതി പണിക്കർ സാർ
നാടിന്റെ നല്ല
ഭാവിക്ക് വേണ്ടിയാ
ഇയാൾ കഷ്ടപ്പെടുന്നത്
അടുത്ത ദിവസം
പണിക്കർ സർ രാവിലെ
എങ്ങോട്ടാ?
ഓല മേയാത്തതി
നാൽ വീട് ചോർ-
ന്നൊലിക്കുന്നു. മെടഞ്ഞ
ഓല വാങ്ങാനിറങ്ങിയതാ.

മെടഞ്ഞ ഓല കിട്ടാൻ ഇപ്പൊ വലിയ പ്രയാസമാ. വീടിന്റെ കൂര ഷീറ്റോ ഓടോ ആക്കിയാൽ പ്രശ്നം തീരില്ലേ?
അയ്യോ, അതൊക്കെ പരിസ്ഥിതിയെ ബാധിക്കുന്ന പ്രശ്നമല്ലേ?, ഭൂമി കുഴം-തോണ്ടി മണ്ണെടുത്തല്ലേ ഓടുണ്ടാക്കുന്നത്?
അപ്പോ ഷീറ്റുമേഞ്ഞാൽ എന്താ പ്രശ്നം?.
സൂര്യതാപം ഷീറ്റിൽ പതിച്ചാൽ അന്തരീക്ഷം ചൂടാവില്ലേ?
!
വൈകുന്നേരത്ത്
ഹൊ, ഓലയ്ക്ക് വേണ്ടി നടന്ന് വലഞ്ഞുകെട്ടു. വീട് ചോർന്നാലും വേണ്ടില്ല തിരികെ പോകാം.
അച്ഛാ ഞാൻ പറഞ്ഞ പേന വാങ്ങിയോ?
വാങ്ങിയില്ല.

ഇതില് മോനു വാങ്ങിയ ചെരുപ്പാ.
ഹായ്, നല്ല ചെരുപ്പ്.
ഹ! വിവരദോഷീ, പോളിമറെന്ന വസ്തു ഉപയോഗിച്ചു ഉണ്ടാക്കിയിരിക്കുന്നത്. മണ്ണിന്റെ ശത്രു. കൊണ്ട് കളയ്!
!
ഓ, അവളും മോനും പോയത് നന്നായി. നാളെ മുതൽ അടുപ്പിൽ നിന്നുള്ള പുക മാലിന്യം ഒഴിവാക്കാം. ഭക്ഷണം പൊറത്തു നിന്നും വാങ്ങാം.
കുറച്ചു പേർ ഇങ്ങോട്ട് വരുന്നുണ്ടല്ലോ. പരിസ്ഥിതി പ്രവർത്തകരാകും.

നെല്ലാടി ഗ്രാമത്തിലെ നല്ല കർഷകൻ

ബാലുകൃഷ്ണ എസ്

നീ വാടോ
അവസാനിച്ചു.

ദയലാൽ
ഇന്ന്
'മണി'ലാൽ

നെല്ലാടി ഗ്രാമത്തിലെ നല്ല കർഷകൻ

ബാലുകൃഷ്ണ എസ്

ലാൽ കണ്ണുതുറക്കുമ്പോൾ...
ങേ, ഡോക്ടർ, എനിക്കെന്താ സംഭവിച്ചത്?
അമിത ഭയം കൊണ്ടുണ്ടായ ചെറിയൊരു ബോധക്കേട്. സാരമില്ല.
കഠിന ഭയംകൊണ്ട് ഉണ്ടായ വിഭ്രാന്തിയിൽ അവൻ ഒരു മാനസിക രോഗിയായ കാര്യം ഡോക്ടർ പറഞ്ഞില്ല.
പാവം പയ്യൻ
കുറച്ചു ദിവസം കഴിഞ്ഞപ്പോൾ ലാൽ വീട്ടിലെത്തിയത് മറ്റൊരു സ്വഭാവ രീതിയുമായിട്ടായിരുന്നു.
താനൊരു മികച്ച ഗായകനാണെന്നായിരുന്നു ഭാവം. ഡ്രാക്കുള ഗായകനെ കൊല്ലുന്ന ഭാഗം വായിക്കുമ്പോൾ അവന്റെ മനസ്സും ഗായകനൊപ്പമായിരുന്നിരിക്കണം.
സ്വരമാധുരിയില്ലാത്ത ലാൽ തെരുവിലൂടെ പാട്ടും പാടി നടന്നു. പക്ഷെ..
ദേ, നിർത്തെടാ. അവന്റൊരു കഴുതരാഗം
ഇവൻ വട്ടാടാ. സ്വബോധത്തിലല്ല പാടുന്നത്.

ആരെല്ലാം കുറ്റപ്പെടുത്തിയാലും അവൻ അതൊന്നും ചെവികൊണ്ടില്ല.
ഒരു ദിവസം കവലയിൽ ഗാനമേള ട്രൂപ്പിന്റെ പരിപാടി നടക്കുകയായിരുന്നു
RESIDENCE ASSOCIATION
AN UAL DAY
ഒരു ഗായകൻ പാട്ടുപാടികഴിഞ്ഞ് മൈക്ക് വയ്ക്കുന്ന സമയം ഞൊടിയിടയിൽ ലാൽ വേദിയിലെത്തി ആ മൈക്കെടുത്ത് ഉച്ചത്തിൽ പാടി.
ട്രൂപ്പിലുള്ളവർ ആകെ പകച്ചുപോയി. സദസ്സ് ഇളകിമറിഞ്ഞു.
?
!
ഏവനടാ ഇത്?
ചവിട്ടി പുറത്താക്കടാ അവനെ
ഏതോ ഭ്രാന്തൻ

ആളുകൾ അവനെ കൂട്ടത്തോടെ ആക്രമിച്ചു. അതോടെ നാട്ടിലവൻ ഒരു ഭ്രാന്തൻ എന്നറിയപ്പെട്ടു
ഇതിനിടെ മണ്ഡലകാലമായി. ഗ്രാമത്തിലെ പ്രസിദ്ധമായ ക്ഷേത്രത്തിൽ...
യുവാക്കൾ ഭജന പാടവെ, ലാൽ ഒരു നാൾ അവിടെയെത്തി.
എന്നെയും കുറച്ച് പാട്ടുകൾ പാടാൻ എനിക്കും കൂടി അവസരം തരാമോ
ലാലിന്റെ ആവശ്യം അവർ അംഗീകരിച്ചു. പക്ഷെ...
ഡെയ് നീ മൈക്കിലൂടല്ലാതെ എത്ര വേണോലും പാടിക്കോ
എന്നിലെ ഗായകനെ അപമാനിക്കുന്നോ?. നമുക്ക് നാളെ കാണാം
പിറ്റേന്ന് ഭജന തുടങ്ങുമ്പോൾ.....
നിങ്ങൾ ലാലിന് കൂടി മൈക്ക് കൊടുക്കണം.

അച്ഛേ, ലാലന്റെ കഴുത രാഗം ഈ നാട്ടിലർക്കും ഇഷ്ടമല്ല.
ചേട്ടാ; ഇവർ ആരുമില്ലെങ്കിലും ഞാൻ ഒറ്റയ്ക്ക് പാടിക്കോളാം.
ശരി ആയിക്കോ
അങ്ങനെ ലാൽ ഒറ്റയ്ക്ക് ഭജന പാടാൻ തുടങ്ങി.
യുവാക്കളും വെറുതെയിരുന്നില്ല
ഇവനെക്കൊണ്ട് പൊറുതിമുട്ടിയല്ലോ
എന്തെങ്കിലും സൂത്രം ഒപ്പിച്ച് അവനെ ഒഴിവാക്കണം
ശരിയാ
പിറ്റേന്ന് ലാൽ ക്ഷേത്രത്തിലേക്ക് വരുമ്പോൾ...
നമ്മളോടെല്ലാം പിണക്കമാണോ ലാലേ?
ഓ എനിക്കാരോടും പിണക്കമില്ല. ഇനി നമുക്ക് ഒരുമിച്ച് പാടാം.

നിനക്ക് ശബരിമലയിൽ യേശുദാസിനൊപ്പം പാടാൻ അവസരം കിട്ടിയിട്ട് നീയെന്താ ആരോടും പറയാഞ്ഞത്?
ലാലിന്റൊരു ഭാഗ്യം!
ങേ അങ്ങനെ ഉണ്ടായോ?
ഛേ; ഞാനറിഞ്ഞില്ല
ഇന്നലെ ശബരിമലയിൽ പോയിട്ട് വന്നവരാണ് പറഞ്ഞത്. നീയും നമ്മുടെ ദാസേട്ടനും ഒരുമിച്ച് നിൽക്കുന്ന പോസ്റ്ററുകൾ അവിടെ ധാരാളം കണ്ടെന്ന്.
ലാലിന് ആകെ കൺഫ്യൂഷനായി. ഒടുവിൽ അവനും അതങ്ങ് വിശ്വസിച്ചു.
സോറിയടാ, ഞാനത് മനഃപൂർവ്വം പറയാഞ്ഞതാ. നാളെ മലയിൽ ദാസേട്ടനൊപ്പമാ കച്ചേരി. റ്റാറ്റാ..
ലാൽ പോയപ്പോൾ...
ഹിഹി... നിന്റെ നമ്പർ ഏറ്റല്ലിയാ.
ഞാൻ ഇത്രേം അങ്ങ് പ്രതീക്ഷിച്ചില്ല.
ഇനി എന്തൊക്കെ പുകിലാണാവോ ഉണ്ടാവുക
ഓ, എന്തായാലും നമുക്ക് ലാലിന്റെ ശല്യമില്ലാതെ പാടാം.

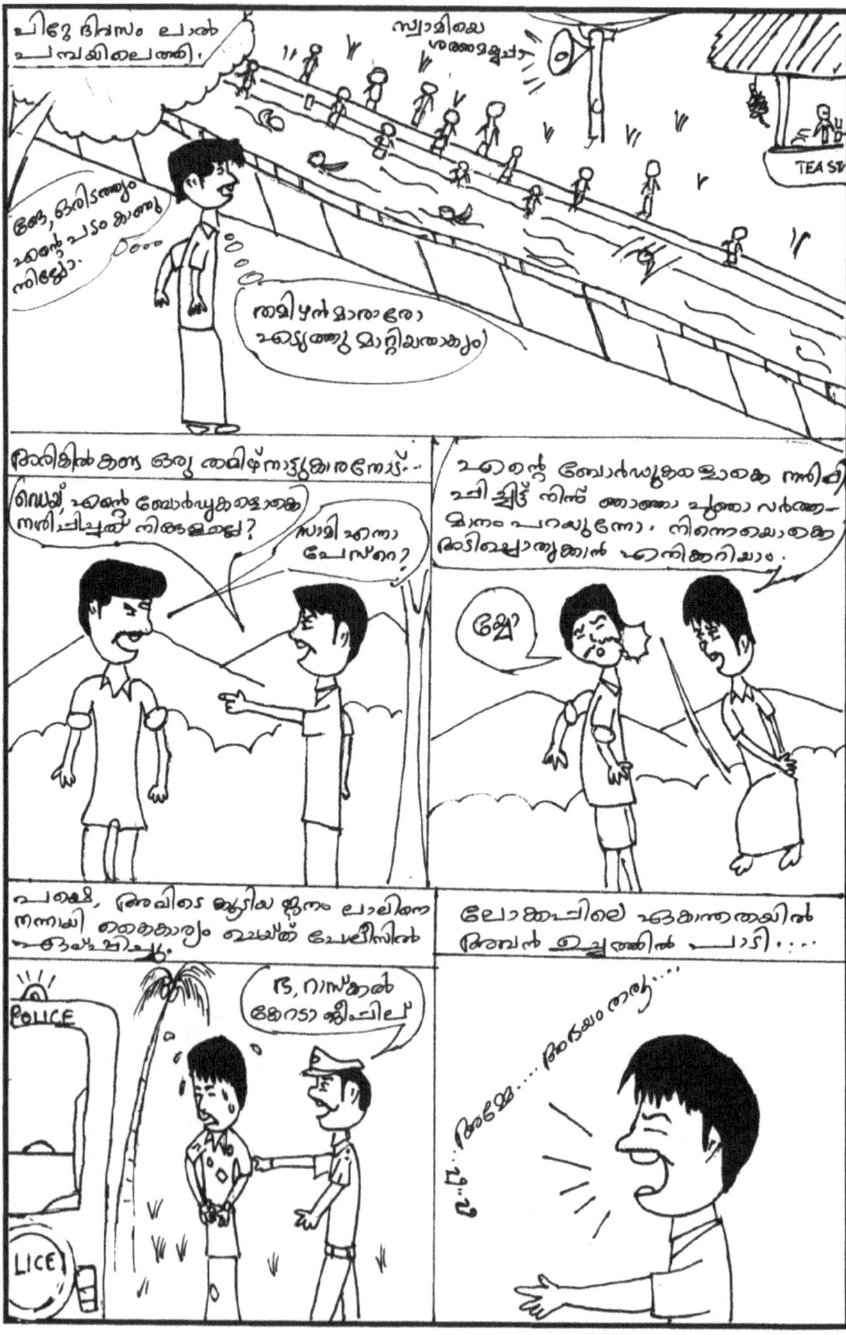
പിറ്റേ ദിവസം ലാൽ പമ്പയിലെത്തി.
സ്വാമിയെ ശരണമയ്യപ്പാ
ഏം, ഒരിടത്തും എന്റെ പടം കാണുന്നില്ലല്ലോ.
തമിഴൻമാരാരോ എടുത്തു മാറ്റിയതാകും
TEA ST
അരികിൽ കണ്ട ഒരു തമിഴ്നാട്ടുകാരനോട്...
ഡെയ്, എന്റെ ബോർഡുകളൊക്കെ നശിപ്പിച്ചത് നിങ്ങളല്ലേ?
സാമി എന്നാ പേസ്റെ?
എന്റെ ബോർഡുകളൊക്കെ നശിപ്പിച്ചിട്ട് നിന്ന് ഞൊണ്ണാ പുണ്ണാ വർത്തമാനം പറയുന്നോ. നിന്നെയൊക്കെ അടിച്ചൊതുക്കാൻ എനിക്കറിയാം.
പക്ഷെ, അവിടെ കൂടിയ ജനം ലാലിനെ നന്നായി കൈകാര്യം ചെയ്ത് പോലീസിൽ ഏൽപ്പിച്ചു.
POLICE
ടാ, റാസ്കൽ കേറടാ ജീപ്പില്
LICE
ലോക്കപ്പിലെ ഏകാന്തതയിൽ അവൻ ഉച്ചത്തിൽ പാടി....
അമ്മേ....

POLICE STATION PAMBA
ലാലിന്റെ പാട്ടുകേട്ട് അവിടെയുള്ള കഴുതക്കൂട്ടങ്ങൾ സ്റ്റേഷനു ചുറ്റും തമ്പടിച്ചു.
!
ഏ, കഴുതകളെല്ലാം കൂടി ഇതെ—ങ്ങോട്ടാ?
സ്റ്റേഷനിലെക്കാ സർ. എന്തെങ്കിലും പരാതി കാണുമായിരിക്കും
ചെലപ്പോൾ ലവന്റെ പാട്ടു കേട്ടിട്ടാ ചിരിക്കും. ഡെയ് വട്ടാ പാട്ടു നിർത്തടാ.
ഏയ് കോൺസ്റ്റബിളെ, അവനെയങ്ങ് തൊറന്ന് വിട്ടേക്ക്.
യെസ്സർ
ലാൽ പാട്ടു നിർത്തിയതും കഴുതകൾ നടന്നകന്നു.
ശരിസാർ
അപ്പോഴാണ് കഴുതകളുടെ ഉടമ ചിന്നസാമിക്ക് ഒരു ബുദ്ധി ഉദിച്ചത്.
വഴിതെറ്റി കാട്ടിലലയുന്ന എന്റെ കഴുതകളെ ഇവൻ വിചാരിച്ചാൽ കണ്ടുപിടിക്കാനാകും

ചിന്നസാമി ബാലിനെ സമീപിച്ചു.
ഇയാള് എന്തോന്നാണപ്പോ പറയണത്?
കളിക്കാൻ ഞാൻ വാങ്ങിത്തരാം ഒരു ചിന്ന ജോലി നീ ചെയ്യുമാ?
ഒരു ജോലിയും എനിക്കറിയില്ല
എനിക്ക് പാട്ടുപാടാൻ മാത്രമേ അറിയൂ.
അതു മതി തമ്പീ. കാട്ടില് വച്ച് കാണാതായ എന്റെ കഴുതകളെ നീ കണ്ടെത്തിത്തരണം
ങേ, അതെങ്ങനെ?
അങ്ങനെ ബാൽ പാട്ടും പാടി കാട്ടിലേക്ക് കയറി. പെട്ടെന്നാണത് സംഭവിച്ചത്...

കാട്ടിലെ മൃഗങ്ങൾ ഒന്നൊഴിയാതെ ലാലിന്റെ ചുറ്റും കൂടി ആ പാട്ടിൽ ലയിച്ചു. അവൻ മൃഗങ്ങളേയും ചായിച്ച് ചന്തയിലെത്തി.
അയ്യോ, ഓടി രക്ഷപ്പെട്ടോ. കാട്ടിറങ്ങി മൃഗങ്ങളെല്ലാം കൂടി ദാ വരുന്നേ...
ജനം പരിഭ്രാന്തരായി നാലുപാടും ഓടി. പോലീസും പട്ടാളവുമെല്ലാം ഭയന്ന് പിൻമാറി.
ഇനിയിപ്പോ എന്തു ചെയ്യണം സാർ..?
POLICE
യെസ് സാർ
കൂടിയാലോചനകൾ വേഗം നടന്നു. ലാലിന് ക്ഷണമായി! കോടി രൂപ കൊടുക്കാമെന്നായപ്പോൾ അവൻ വഴങ്ങി.
ശരി, സമ്മതിച്ചിരിക്കുന്നു
അവൻ വീണ്ടും പാട്ടും പാടി ഉൾവനത്തിലേക്ക്.

മൃഗങ്ങളെയെല്ലാം വനത്തിലെത്തിച്ച് തിരികെ നടക്കവെ ആ കാഴ്ച കണ്ട് അവൻ ഞെട്ടി !
മോൻ ഭയക്കേണ്ട. ഞാൻ ഈ കാടിന്റെ ദേവതയാണ്.
ഹെന്റമ്മേ, തിളങ്ങുന്ന ഒരു സ്ത്രീരൂപം
നിഷ്കളങ്കനായ നിനക്ക് ഞാനിതാ ഒരു വരം തരുന്നു
വരമോ? എനിക്കങ്ങനെയൊന്നും വേണ്ട!
വേണം. നിന്നെ ബാധിച്ചിരിക്കുന്ന ബുദ്ധിഭ്രമം പൂർണമായും വിട്ടുമാറട്ടെ!
ങേ?
അടുത്ത നിമിഷം...
?!......
ങേ, ഞാനെവിടെയാണ്?
ഭയക്കേണ്ട നിന്നെ ഞാൻ സുരക്ഷിതമായി കാടിറക്കി വിടാം.
നാളുകൾ പലതും കടന്നു പോയി. ഒരു ദിവസം ലാലിന്റെ നാട്ടിലെ ചില കുട്ടികൾ കവലയിൽ ഒത്തുകൂടവെ...

ആ ലാല് പോയിട്ട് പിന്നെ ഒരു വിവരവും ഇല്ലല്ലോടാ.
ഒന്നും വേണ്ടിയിരുന്നില്ല, അല്ലേ?
അതേ, നമ്മൾ ആ പാവത്തിനോട് ക്രൂരതയാ കാണിച്ചത്.
അല്പം കഴിഞ്ഞപ്പോൾ ഒരു ആഡംബര കാർ അവരുടെ സമീപത്തു വന്നുനിന്നു. പിൻ സീറ്റിലെ ഗ്ലാസ് മെല്ലെ താഴ്ന്നപ്പോൾ...
....അതിനുള്ളിൽ അതാ സാക്ഷാൽ ലാൽ!!!
ങേ?
കൂട്ടുകാർ അതിശയിക്കേണ്ട. ഇതു നിങ്ങടെ ലാൽ തന്നെ. കൈയ്യിൽ കുറച്ച് 'മണി' വന്നപ്പോൾ ദയലാൽ എന്ന ആ പഴയ പേര് ഞാൻ അല്പം മാറ്റി. ഇന്നു ഞാൻ മണിലാൽ. ഇനിയുമെന്നെ മണിയടിക്കാൻ നോക്കല്ലേ കൂട്ടുകാരെ. സീയൂ. റ്റാറ്റാ...
കൂട്ടുകാർ അന്തംവിട്ട് കുന്തംവിഴുങ്ങി നില്ക്കവെ ലാലിന്റെ കാർ മെല്ലെ മുന്നോട്ടു നീങ്ങി...
?!
?!
അവസാനിച്ചു

വാലില്ലാ കുറുക്കന്റെ വേവലാതികൾ

ഊളൻകുന്ന് എന്ന കുറ്റിക്കാട് കുറുക്കൻമാരുടെ സങ്കേതമാണ്.
കാട്ടിലെ ആഹാരം പരിമിതമായതിനാൽ അവരിൽ ചിലർ നാട്ടിൻപുറങ്ങളിലേക്ക് ഇറങ്ങാൻ തുടങ്ങി. ഒരു നിലാവുള്ള രാത്രി. കിട്ടുക്കുറുക്കൻ കാടിനു പുറത്തേക്ക് നടന്നു.
എന്റെ ഊളൻകുന്ന് കാളിയമ്മേ ആദ്യമായി കാട് വിട്ട് പോകുന്ന എന്നെ കാത്തോളണേ.
മനുഷ്യൻമാർ ചതിയൻമാരാണെന്ന് കേട്ടിട്ടുണ്ട്. അവരുടെ കൈയ്യിലെങ്ങാനും പെട്ടാൽ... ഹോ പേടിയാവുന്നു.
വൈകാതെ അവൻ ഒരു ഗ്രാമത്തിലെത്തി.
ഒറ്റയ്ക്ക് വരുന്നത് വിനയാകുമോ?

ഹായ് കൊള്ളാമല്ലോ. എല്ലാ വീടുകളിലും കോഴിക്കൂടുകൾ.
അടയ്ക്കാത്ത കൂടുകളോ കൂടിന്റെ മേലിരുന്നുറങ്ങുന്ന കോഴികളോ ഉണ്ടെങ്കിൽ എന്റെ പണി എളുപ്പമായേനേ.
കോഴിയെ തിന്നിട്ടുവേണം മനുഷ്യന്മാരുടെ കൂർക്കം- വലി കേട്ടാസ്വദിക്കാൻ.
ദേ, ഉറങ്ങുന്നു ഒരു സുന്ദരക്കുട്ടപ്പൻ. ഹലോ. ഞാനങ്ങോട്ടു വരണോ, അതോ...

ബാലുകൃഷ്ണ എസ്

കുറുക്കനെ കണ്ട കോഴി ഉച്ചത്തിൽ ശബ്ദമുണ്ടാക്കി.
ശെ, ഇങ്ങനെ പേടിച്ചാലോ.
ഒച്ചകേട്ട് വീട്ടിലെ നായ ബഹളംവച്ച് വീട്ടുകാരെ ഉണർത്തി
ബൗ ബൗ...
ങേ!
പട്ടി വല്ലാതെ കുരയ്ക്കുന്നല്ലോ. കള്ളൻമാരോ മറ്റോ ആണോ?
എന്നാൽ, പതുങ്ങി നിന്ന കുറുക്കനെ നായ കണ്ടെത്തി.
ബൗ ബൗ...
ബഹളം കേട്ട് ആളുകൾ എത്തിയതോടെ കിട്ടു ഓടി രക്ഷപ്പെടാൻ നോക്കി. പക്ഷെ...
ആരോ എറിഞ്ഞ വലിയൊരു കല്ല് കിട്ടുവിന്റെ ദേഹത്ത് ആഞ്ഞ് പതിച്ചു.
ദേ നിൽക്കുന്നൊരു കുറുക്കൻ. അടിച്ച് തുരത്തടാ.
ദേ അവൻ വീണ്

ആളുകൾ അവനെ ഒരു മരത്തിൽ പിടിച്ചു കെട്ടിയിട്ടു.
ഇതിനെ നമുക്ക് തല്ലിക്കൊല്ലാം.
വേണ്ട വേണ്ട കാട്ടുജീവികളെ കൊന്നാൽ നമ്മൾ കോടതി കയറേണ്ടിവരും
പിന്നെ, താനിതിനെ കെട്ടിയിട്ട് വളർത്താൻ പോകുന്നോ?
അല്ല.
ഞാൻ പറ്റിയ ഒരു ശിക്ഷ കൊടുക്കാനാ.
അതെന്താ?
നമുക്കിതിന്റെ വാല് മുറിച്ച് വിടാം. എന്താ?
ഉഗ്രൻ ഐഡിയ.
പിന്നെ ഇവറ്റകൾ നാട്ടിലിറങ്ങാൻ അറയ്ക്കും.
ഞാൻ പോയി കത്തിയെടുത്തുകൊണ്ട് വരാം.

അയാൾ കിട്ടുവിന്റെ വാലിനെ വെട്ടിമാറ്റി
നിന്റെ കൂട്ടുകാരോടൊക്കെ പറഞ്ഞേക്ക് നാട്ടിലിറങ്ങിയാ ഇതൊക്കെയാ ശിക്ഷയെന്ന്.
കിയോ...
കെട്ടഴിച്ചതും കിട്ടു പകുതി ജീവനും കൊണ്ട് പാഞ്ഞു.
ഹ ഹ... ഹ...
ഓടിയോടി അവൻ തളർന്നു. ഒന്നിരിക്കാമെന്ന് വിചാരിച്ചപ്പോൾ...
അയ്യോ, എന്തൊരു വേദന. നേരം വെളുത്തു. വിശന്ന് സഹിക്കാനും വയ്യ.
ഇതൊക്കെ എങ്ങനെ സഹിക്കും. വാലില്ലാത്ത എന്നെ കൂട്ടുകാർ കൈവെടിയുമോന്ന പേടി.

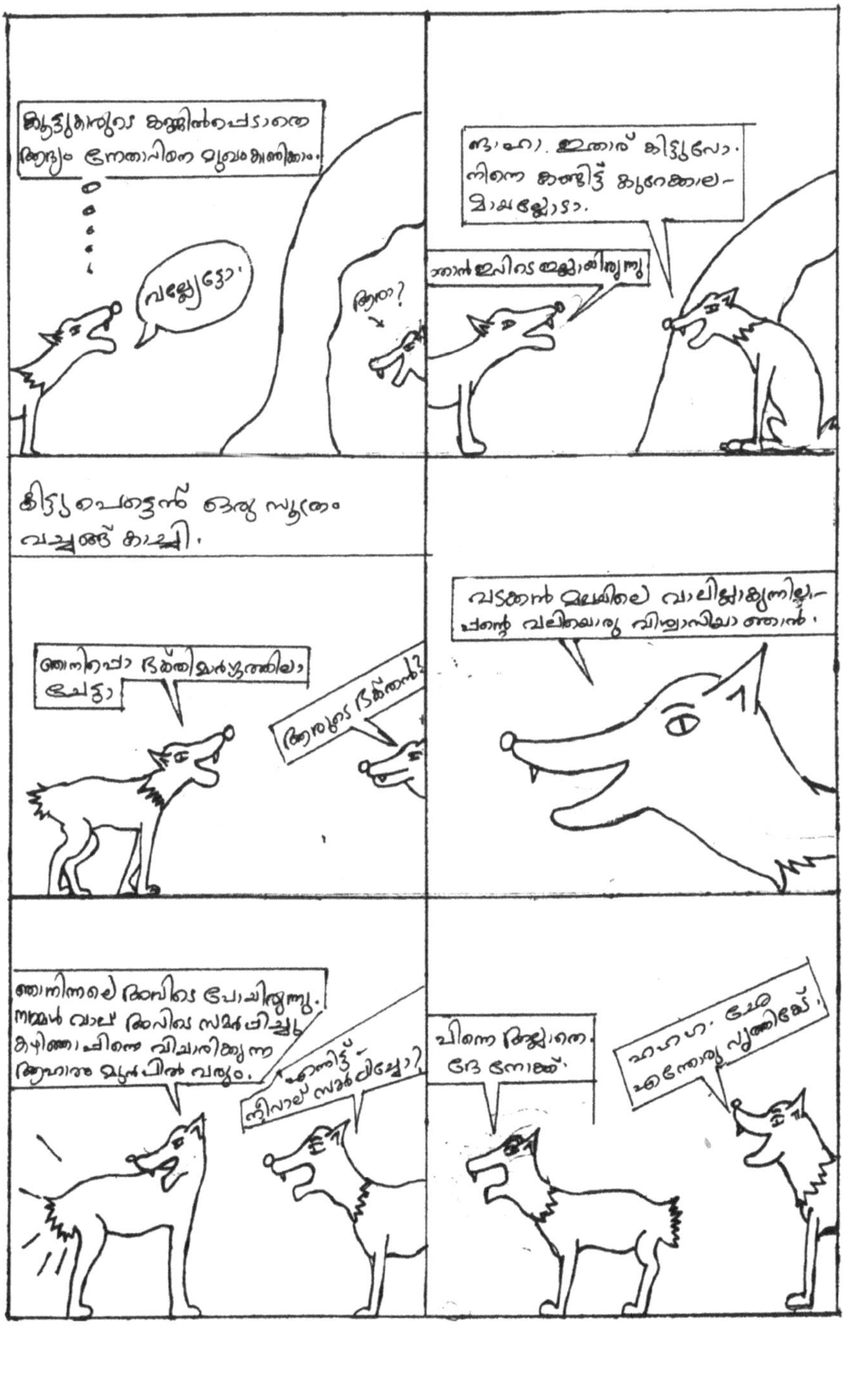
വല്യേട്ടോ.
ആരാ?
ആഹാ. ഇതാര് കിട്ടുവോ. നിന്നെ കണ്ടിട്ട് കുറേക്കാലമായല്ലോടാ.
കിട്ടു പെട്ടെന്ന് ഒരു സൂത്രം വച്ചങ്ങ് കാച്ചി.
ഞാനിപ്പൊ ഭക്തിമാർഗ്ഗത്തിലാ ചേട്ടാ
ആരുടെ ഭക്തൻ?
വടക്കൻ മലയിലെ വാലില്ലാക്കുന്നിലപ്പന്റെ വലിയൊരു വിശ്വാസിയാ ഞാൻ.
ഞാനിന്നലെ അവിടെ പോയിരുന്നു. നമ്മൾ വാല് അവിടെ സമർപ്പിച്ചു കഴിഞ്ഞാ പിന്നെ വിചാരിക്കുന്ന ആഹാരം മുൻപിൽ വരും.
എന്നിട്ട് നീ വാല് സമർപ്പിച്ചോ?
പിന്നെ അല്ലാതെ. ദേ നോക്ക്.

വൃത്തിയും വിചാരിച്ചിരുന്നിട്ട് കാര്യമില്ല. നല്ല ആഹാരം കഴിച്ച് സുഖിച്ച് കഴിയാം.
എന്നാൽ ഞാൻ കൂട്ടരെ അറിയിക്കാം
നേതാവ് ഉടൻ യോഗം വിളിച്ചറിയിച്ചു.
എല്ലാവരും കേൾക്കുക
നേതാവിന്റെ ശബ്ദം മലമടക്കുകളിൽ പ്രതിധ്വനിച്ചു
കേട്ടോ
കേട്ടോ
കേട്ടോ
നാളെ സന്ധ്യയ്ക്ക് എല്ലാവരും പൊന്തൻപാറയിൽ എത്തിച്ചേരണം.
അപ്പോൾത്തന്നെ അതിനു മറുപടിയും വന്നു.
പിറ്റേന്ന് സന്ധ്യാനേരം.
ഇനി മുറിവാലൻ കിട്ടുവിന്റെ അനുഭവങ്ങൾ അവൻ തന്നെ വിവരിക്കും.
! ! !
നേതാവിന്റെ 'മുറിവാലൻ' എന്ന പ്രയോഗം കിട്ടുവിനെ ചൊടിപ്പിച്ചു.
ദേ, ഇനി മേലിൽ എന്നെ അങ്ങനെ വിളിക്കരുത്.
നീ കളിക്കാതെ കാര്യം പറയടേ.
കിട്ടു പ്രസംഗിക്കാൻ എഴുന്നേറ്റതും കൂട്ടുകാർ ഒന്നടങ്കം അവനെ കളിയാക്കി.
അയ്യേ വൃത്തികേട്.
അയ്യേ മൊട്ട കിട്ടു...

കിട്ടു ഇതു കേട്ട് ശബ്ദമുയർത്തി.
?!
അപ്പോൾ കുറുക്കന്മാർ ഞെട്ടി.
വാല് പോയാൽ സൗന്ദര്യം പോകും, ശരിതന്നെ. പക്ഷേ, നിങ്ങളിലാരുണ്ട് വയർ നിറയെ ഇഷ്ടഭക്ഷണം കഴിച്ചവർ? പറയൂ..
ഇതിന് കുറുക്കന്മാർക്ക് മറുപടി ഇല്ലായിരുന്നു.
ഇഷ്ടഭക്ഷണം കഴിച്ച് സുഖിച്ച് ജീവിക്കാൻ നിങ്ങളും എന്നെ പോലെ വാലില്ലാ കുന്നിലപ്പന്റെ നടയിൽ പോയി വാല് സമർപ്പിച്ചാൽ മതി.
അപ്പോൾ, സൗന്ദര്യം വേണോ സുഖം വേണോ എന്ന് നിങ്ങള് ചിന്തിക്ക്.
കുറുക്കന്മാർ പരസ്പരം ആലോചിച്ചു.
സൗന്ദര്യം കളഞ്ഞിട്ട് എനിക്ക് വയറ് നിറയ്ക്കേണ്ട
ശരിയാ.
ഞാനൊന്ന് പരീക്ഷിക്കാൻ തീരുമാനിച്ചു
ഞാനും റെഡിയാ. കുറേ ദിവസമായി വായുഭക്ഷണവും വെള്ളവുമാ എന്റെ ആഹാരം.

ബാലുകൃഷ്ണ എസ്

വാല് മുറിക്കുമ്പോൾ നല്ലോണം വേദനിക്കില്ലേ?
ഓ ശരിയാ
അപ്പോൾ വാല് സമർ- പ്പിക്കാൻ താല്പര്യമുള്ള- വർ നാളെ സന്ധ്യക്ക് കോവിലിൽ എത്തണം
കൊറേയെണ്ണത്തിന്റെ വാല് പോയിക്കഴിഞ്ഞാൽ പിന്നെ ആരും എന്നെ കളിയാക്കൂല.
ഒപ്പം ഒരു താന്ത്രിക പരിവേഷവും കിട്ടും. ഹ..ഹഹ..
അപ്പോഴാണ് കിട്ടു മറ്റൊന്ന് ചിന്തിച്ചത്.
കിട്ടു താഴ്വരയിലേക്ക് യാത്രയായി.
വാല് മുറിക്കാൻ കത്തി വേണ്ടേ? താഴ്വരയിൽ പുല്ലരിയുന്നവരിൽ നിന്നും ഒരെണ്ണം അടിച്ചെടുക്കാം.
ഓരോരോ പൊല്ലാപ്പുകള്.

അടുത്ത ദിവസം സന്ധ്യയ്ക്ക്
ആഹാ, കോവിലിൽ പോയി കാത്തുനില്ക്കാം.
ആരൊക്കെയോ വരുന്നുണ്ടല്ലോ.
ആ, മൂന്ന് നാല് പേരുണ്ട്. വരട്ടെ.
ആ, വരൂ വരൂ.
ഹായ് കിട്ടുച്ചേട്ടാ
എങ്കിൽ ചടങ്ങ് തുടങ്ങാം. പ്രാർത്ഥിച്ചുകൊണ്ട് ഇവിടെ കയറി ഇരിക്കുന്നോ.
മൂർച്ചകൂട്ടിയ കത്തിയുമായി കിട്ടു ആ കുറുക്കന്റെ സമീപത്തെത്തി.
പണി പാളുമോ എന്തോ

അടുത്ത നിമിഷം...
കിട്ടുവിന്റെ കത്തി അവന്റെ വാലിൽ ആഞ്ഞു പതിച്ചു!
കിയ്യോ...
ഛേ, കത്തിക്ക് മൂർച്ച പോരാ.
ചരക്ക്
ഒന്നും കൂടി മുറിക്കാൻ തുടങ്ങവെ...
ഡെയ് നില്ലടാ. വാല് മുഴുവൻ മുറിഞ്ഞില്ല.
യ്യോ...
പകുതി മുറിഞ്ഞ വാലുമായി കുറുക്കൻ പാഞ്ഞു.
വേദന സഹിക്കാൻ പറ്റുന്നില്ലളിയാ.
ഡെയ് നില്ല്
അതേ സമയം അടുത്ത മലയിൽ നിന്നും മറ്റൊരു കരച്ചിൽ കേൾക്കുന്നു...
കിയ്യോ...
ദേ, നമ്മുടെ നേതാവിന്റെ കരച്ചിലാണല്ലോ അത്.
എന്തോ അപകടമുണ്ട്.
ദേ, വരുന്നു നേതാവ്.
അദ്ദേഹത്തിന്റെ വാലിൽ നിന്നും ചോരയൊലിക്കുന്നല്ലോ.
എവിടെ ആ കിട്ടു? അവൻ ചതിയനാ.
നേതാവ് കാര്യം പറയിൻ.

കോഴിയെങ്ങോടി ഗ്രാമത്തിലിറങ്ങിയ എന്നെ ആളുകൾ പിടിച്ചു കെട്ടി വാലുമുറിച്ചു കളഞ്ഞെടാ.
അവര് പറയുകയാ ഇന്നലെ ഒരുത്തന്റെ വാലും ഇങ്ങനെ മുറിച്ച് വിട്ടെന്ന്.!
കലിയിളകിയ കുറുക്കൻമാർ കിട്ടുവിന്റെ നേരെ പാഞ്ഞടുത്തു.
അപ്പോൾ, ആ കിട്ടു നമ്മളെ വഞ്ചിക്കുകയായിരുന്നോ?
ചതിയനാ അവൻ. സ്വന്തം പോരായ്മ മറച്ചുവെയ്ക്കാൻ എല്ലാവരേയും മുറിവാലൻമാരാക്കുകയായിരുന്നു ലക്ഷ്യം
എടാ കള്ളക്കിട്ടു നിന്നെ ഞങ്ങൾ....
കിട്ടു ഉടൻ ജീവനുംകൊണ്ട് പാഞ്ഞു.
മേലിൽ നിന്നെയിവിടെ കണ്ടുപോകരുത്.
കിട്ടു പോയവഴിയിൽ പിന്നെ പുല്ല് പോലും കിളിർത്തിട്ടില്ല.
അവസാനിച്ചു.

കളി
ചീവീടിനോടു വേണ്ട!

ബാലുകൃഷ്ണ എസ്

നിത്യവും ഒരു കുറുക്കൻ ഇരതേടി നാട്ടിലെത്തുമായിരുന്നു.
നടന്ന് കാല് കുഴഞ്ഞത് മിച്ചം. പക്ഷിപനി പേടിച്ച് നാട്ടുകാര് കോഴിവളർത്തലും നിർത്തി.
നാട്ടിൽ പട്ടികള് പെരുകിയതു നിമിത്തം വെളളക്കോഴിയുടെ വേസ്റ്റ് പോലും കണ്ടുകിട്ടാതായി.
ആഹാരത്തിന്റെ കാര്യങ്ങൾ ആലോചിച്ച് തിരികെ കാട്ടിലെത്തിയപ്പോൾ നേരം വെളുത്തു
ഗതികെട്ടാൽ പുലിമാത്രമല്ല, കുറുക്കനും പുല്ല് തിന്നേണ്ടിവരും.
പൊടുന്നനെ ആ മരക്കൊമ്പിൽനിന്നും ഒരു ചീവിടിന്റെ ശബ്ദം മുഴങ്ങി
ഹായ് ഈ ചീവീട് ഒരു കിളിയുടെ അത്രയുമുണ്ടല്ലോ. കിട്ടിയെങ്കിൽ ആളുന്ന വയറ്റിന് ഒരാശ്വാസമായേനെ.
അവൻ ചീവിടിനോട് ലോഹ്യം കൂടി.
എന്താ ചീവീട്കുട്ടാ തൊണ്ടവേദനയുണ്ടോ?
എന്താ അങ്ങനെ ചോദിച്ചത്?...
...സ്വരസ്ഥാനങ്ങളെല്ലാം കൃത്യമായി പാലിച്ചുതന്നല്ലോ ഞാൻ പാടുന്നത്.
നീ ഒന്ന് ഇറങ്ങി പറയ്. കേൾവിശക്തി എനിക്കിപ്പൊ തീരെ കുറവാ.

അയ്യോ ഞാനറിഞ്ഞില്ല ചേട്ടാ. എങ്കിൽ ഞാനതൊന്ന് പാടികേൾപ്പിക്കാം. ദാ കേട്ടോ.
ആ പറഞ്ഞതും ഞാൻ കേട്ടില്ല.
ചീവീട് ഉച്ചത്തിൽ പാടാൻ തുടങ്ങി
ഇപ്പോൾ എങ്ങനെയുണ്ട്?
ഒരു കൊതുക് മൂളും പോലെ എന്തോ ഒന്ന് കേട്ടു.
കുറുക്കന്റെ ഉദ്ദേശശുദ്ധിയിൽ ചീവീടിന് സംശയമായി.
ഗാനകോകിലം ചങ്ങാതി എന്റെ ദേഹത്ത് വന്നിരുന്ന് ഒരു പാട്ട് പാടാമോ. അപ്പോൾ നിനക്ക് ഉറക്കെ പാടേണ്ടല്ലോ.
ഓ ഇപ്പോ ശരിയായി. എന്നെ ശാപ്പാട്ടാക്കാനാ പരിപാടി. എടാ പൊട്ട കുറുക്കാ.
ഉടൻതന്നെ ചീവീട് കുറുക്കന്റെ മുകളിലൂടെ പാട്ടും പാടി വട്ടമിട്ട് പറന്നു.
ദാസേട്ടന്റെ ഒരു പഴയ പാട്ടായാലോ? ചേട്ടാ...
ഹോ വായിൽ വെള്ളം നിറയുന്നു. ക്ഷമയും നശിച്ചു. ഇനി റെഡി ദാ അങ്ങോട്ട്.
പാട്ട് ഇഷ്ടമായോ ചേട്ടാ?

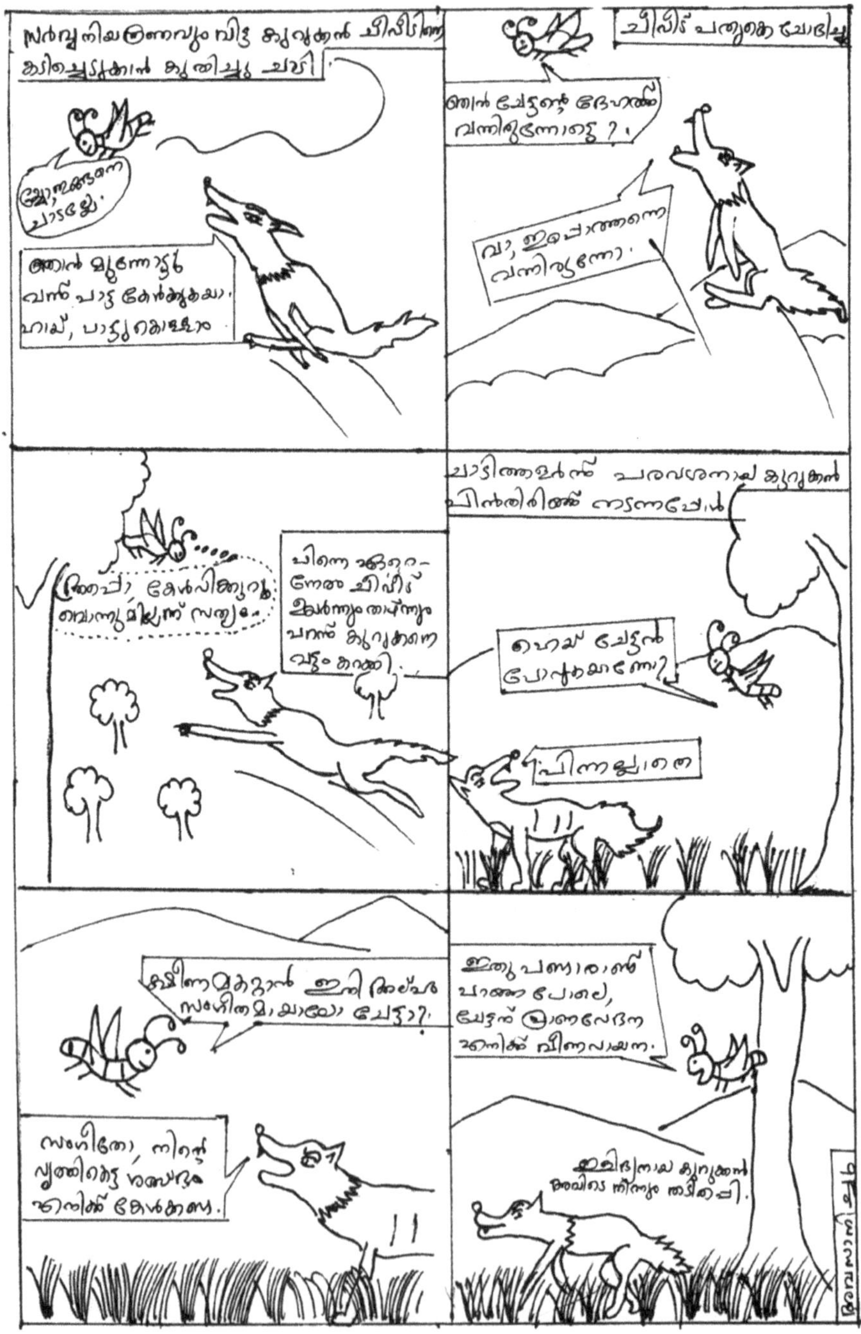
സർവ്വനിയന്ത്രണവും വിട്ട കുറുക്കൻ ചീവീടിനെ കടിച്ചെടുക്കാൻ കുതിച്ചു ചാടി.
ശ്ശോ, ഇങ്ങനെ ചാടല്ലേ.
ഞാൻ മുന്നോട്ട് വന്ന് പാട്ട് കേൾക്കുകയാ. ഹായ്, പാട്ടു കൊള്ളാം
ചീവീട് പതുക്കെ ചോദിച്ചു
ഞാൻ ചേട്ടന്റെ ദേഹത്ത് വന്നിരുന്നോട്ടെ?
വാ, ഇപ്പോത്തന്നെ വന്നിരുന്നോ.
അപ്പാ, കേൾപ്പിക്കുന്നു
പിന്നെ കുറെ-നേരം ചീവീട് ഉയർന്നും താഴ്ന്നും പറന്ന് കുറുക്കനെ വട്ടം കറക്കി.
ചാടിത്തളർന്ന് പരവശനായ കുറുക്കൻ പിൻതിരിഞ്ഞ് നടന്നപ്പോൾ
ഹായ് ചേട്ടൻ പോവുകയാണോ?
പിന്നല്ലാതെ
ക്ഷീണമകറ്റാൻ ഇനി അല്പം സംഗീതമായാലോ ചേട്ടാ?
സംഗീതോ, നിന്റെ വൃത്തികെട്ട ശബ്ദം എനിക്ക് കേൾക്കണ്ട.
ഇതു പണ്ടാരാണ്ട് പറഞ്ഞ പോലെ, ചേട്ടന് പ്രാണവേദന എനിക്ക് വീണവായന.
ഇളിഭ്യനായ കുറുക്കൻ അവിടെ നിന്നും തടിതപ്പി.

പരുന്തിന്റെ അഹങ്കാരം

ബാലുകൃഷ്ണ എസ്

പാതയോരത്തുള്ള വൃക്ഷത്തിന്റെ മുകൾ ഭാഗത്തായി ഒരു പരുന്തും, താഴെ നിലത്തിൽ ഒരു കാക്കയും കൂടുകൂട്ടി പാർത്തിരുന്നു.
പരുന്ത് ദിവസവും ഇരതേടി കൊണ്ടുവന്ന് കൂട്ടിലിരുന്ന് ഭക്ഷിക്കും.
കോഴിക്കുഞ്ഞുങ്ങൾ, എലികൾ അങ്ങനെ പലതും...
ഹായ്, നല്ല രുചി!
തൊട്ടുതാഴെ പാർക്കുന്ന കാക്ക പരുന്തിന്റെ ഭക്ഷണ അവശിഷ്ടങ്ങൾ തിന്ന് വിശപ്പടക്കും.
എന്നാൽ അഹങ്കാരിയായ പരുന്തിന് കാക്കയുടെ ഈ പ്രവൃത്തി ഇഷ്ടമല്ലായിരുന്നു.
എന്നെ ആശ്രയിച്ച് ദേഹമനങ്ങാതെ ശാപ്പാടും കഴിച്ച് കഴിയുന്ന അവനൊരു പണി കൊടുക്കണം.

ഒരുദിവസം പരുന്ത് ഒരു പെരുച്ചാഴിയെ ഭക്ഷിച്ചുകൊണ്ടിരിക്കെ...
എടാ ദരിദ്രവാസി കറുമ്പാ, എന്റെ എച്ചില് തിന്ന് ജീവിക്കാൻ നിനക്ക് നാണമില്ലേ? ..
വല്ലവന്റേം ഉച്ഛിഷ്ടം തിന്നാതെ പോടോ. അദ്ധ്വാനിച്ച് ഇര തേടി കഴിക്കുന്നതാ മാന്യത.
ഓ, അങ്ങനെ നീ എന്നെ സഹായിക്കേണ്ട.
വൈകാതെ...

നെല്ലാടി ഗ്രാമത്തിലെ നല്ല കർഷകൻ

ബാലുകൃഷ്ണ എസ്

സംഭവം പന്തിയല്ലെന്ന് കണ്ട് പരുന്ത് പറന്നുയർന്നു.
പക്ഷേ, ഒരാളിന്റെ ഏറ് ഉന്നം തെറ്റിയില്ല.
ശ്ശോ, എറിഞ്ഞ് വീഴ്ത്തണമായിരുന്നു.
ചിറകിന് ചെറിയ പരുക്കേ ഉള്ളൂ.
കുറച്ചു കഴിയുമ്പോ പൊയ്ക്കോളും. വരിൻ.
പട്ടികള് കാണാതിരുന്നാൽ ഭാഗ്യം.
നമുക്കാ മാലിന്യം മറവ് ചെയ്യാൻ നോക്കാം
ഇത് ഞാനായിട്ട് വരുത്തിവച്ച വിനതന്നെ
കുറച്ചു കഴിഞ്ഞപ്പോൾ കൂട്ടുകാരൻ കാക്ക അതുവഴിവന്നു.
അയ്യോ, ഇതെന്തുപറ്റി ചേട്ടാ?
ആളുകൾ എന്നെ എറിഞ്ഞു വീഴ്ത്തി. എന്റെ അഹങ്കാരത്തിനു കിട്ടിയ പ്രതിഫലം.
ചേട്ടൻ വല്ലാതെ കിതയ്ക്കു-ന്നല്ലോ. ഞാൻ പോയി അല്പം വെള്ളം കൊണ്ടു തരാം.
ദ്രോഹിച്ചിട്ടും അവൻ എന്നോട് സ്നേഹം മാത്രം. പാപം ചെയ്യുന്നവർക്ക് ദൈവം നല്കുന്ന ശിക്ഷ!
മാനസാന്തരം വന്ന പരുന്ത് പിന്നെയുള്ള കാലം നല്ലവനായി ജീവിച്ചു.

സൗമ്യന്റെ നാട്ടിൽ സംഭവിച്ചതെന്ത്?

മണ്ണിനേയും മനുഷ്യരേയും ഒന്നുപോലെ സ്നേഹിക്കുന്ന ഒരു കർഷകനായിരുന്നു സനൽ
അച്ഛൻ വയസ്സായെങ്കിലും സനലിന്റെ സഹായത്തിനായി എപ്പോഴും അദ്ദേഹം കൂടെയുണ്ടാകും.
ഒട്ടും ക്ഷീണമില്ല
കാലാവസ്ഥ ചതിച്ചില്ലെങ്കിൽ ഇത്തവണയും നൂറ്മേനി വിളവ് കിട്ടണം.
അത് നമ്മുടെ ഭാഗ്യം പോലെയിരിക്കും
മഴ കുറയുന്നെങ്കിൽ ആ കുളത്തിൽനിന്നും നമുക്ക് വെള്ളമെത്തിക്കാമല്ലോ.
രാമൻകുട്ടിച്ചേട്ടനല്ലേ ആ വരുന്നത്?.
അറിഞ്ഞില്ലേ, ഈ പാടശേഖരത്തിൽ ഇനിമുതൽ ആരും കൃഷിയിറക്കുന്നില്ലത്രേ.
ആരും കൃഷി ചെയ്തില്ലേലും ഞങ്ങൾ ചെയ്യും.

പക്ഷെ നമ്മൾ മാത്രം കൃഷിയിറക്കിയാൽ കീടങ്ങൾ വിളവ് നശിപ്പിക്കില്ലേ?
ശരിയാ. പക്ഷെ ഈ ആശയങ്ങൾക്ക് ഇതെന്തു പറ്റി?
ഇപ്പോൾ മണ്ണിൽ പണിയെടുക്കുന്നത് മാനക്കേടാ.
സ്റ്റാറ്റസും വരുമാനവും അതുതന്നെ കാര്യം.
ഈ വയലെല്ലാം നികത്താനുള്ള ശ്രമം അന്ന് ഞങ്ങള് ചെറുത്തതു കൊണ്ടു നടക്കാതിരുന്നത്.
അതേയതേ.
ഇവിടെയിനി നെല്ലുകൃഷി പറ്റില്ലെങ്കിൽ മരച്ചീനിയോ മറ്റോ കൃഷിചെയ്യണം.
നാടോടുമ്പോൾ നടുവേ...
താങ്കളെന്താ ഉദ്ദേശിക്കുന്നത്?
ഇല്ല, നിങ്ങൾക്ക് വേറെ പണിയൊന്നുമില്ലേ?
ഇവിടെ വല്ല റബ്ബറോ മറ്റോ കൃഷിചെയ്തിട്ട് കഴിക്കാനുള്ളത് ചന്തയിൽ നിന്നും വാങ്ങണം.
നാട്ടുകാരുടെ നിരുത്സാഹപ്പെടുത്തലിൽ മനം മടുത്ത് അവരും കൃഷി മതിയാക്കി.

അങ്ങനെ ആ പാടശേഖരവും കാട്ടുകയറി നീരുറവ വറ്റി നശിച്ചു. സനമ്യൻ ജോലി തേടി വിദേശങ്ങളിലേക്കും പോയി.
കുറച്ച് കാലങ്ങൾക്ക് ശേഷം...
ഹൊ, നാട്ടുമുഴുവൻ കാടായി. കിണറ്റിൽ വെള്ളവും വറ്റി.
തൊഴിലുറപ്പുകാരുപോലും കാടുവെട്ട് നിർത്തി.
രാവിലെ എങ്ങോട്ടാ?
നടക്കാനിറങ്ങിയതാ. BPയും കൊളസ്ട്രോളും വേണ്ടുവോളമുണ്ട്.

വർഷം രണ്ട് കഴിഞ്ഞു. സനുമോൻ ഗൾഫിൽ നിന്നും നാട്ടിലേക്ക് വരുമ്പോൾ....
ഹോ, നമ്മുടെ ഗ്രാമമാകെ മാറിപ്പോയല്ലോ....
TOYOTA
വീടിന് പുറത്തിറങ്ങാതിരുന്ന കുട്ടികളൊക്കെ ദേ, ഒന്നിച്ച് ചേർന്ന് കളിക്കുന്നു...
..വയലുകളിലെല്ലാം കൃഷി തുടങ്ങിയിരിക്കുന്നു.....
ഹായ്, എന്തു മനോഹര കാഴ്ചകൾ
ആരും കയറാതിരുന്ന വായനശാലയും സജീവമായി...
LIBRARY
READING Room

സനാതൻ കാർ നിർത്തി പുറത്തിറങ്ങി. അവിടെ കണ്ട ആളിനോട്...
ഹായ് മമ്മൂക്കാ!
ഏ, ഇതാര് സനാതനോ! നീ എപ്പോ വന്നു?
TOYOTA
KL-01
ഞാൻ ദാ വരുന്ന വഴി. നമ്മുടെ നാട് ആകെയങ്ങ് തെളിഞ്ഞല്ലോ. ഇതെങ്ങനെ സംഭവിച്ചു?
അതൊരു ടെക്നിക്കായിരുന്നു.
നമ്മൾ വിളിച്ചു വരുത്തിയ അതിഥിയെ ഞങ്ങൾ തന്നെയങ്ങ് ഉപേക്ഷിച്ചു.
അതിഥിയോ? ആര്?
ഒന്നു തെളിച്ച് പറയെന്റെ മമ്മൂക്കാ.
ആ അതിഥി ആരെന്ന് ഞാൻ തന്നെ പറഞ്ഞുതരാം സനാതനേട്ടാ.
ദാ, ഇവനെയാ ഞങ്ങളെല്ലാം ഒഴിവാക്കിയത്
VIDEOCON
അവസാനിച്ചു.

എടു കുടുക്കെ ഉപ്പ്

ഒരു പാവം മത്സ്യത്തൊഴിലാളി ആയിരുന്നു അന്തോണി.
ഇനിമുതൽ കൂടുതൽ സമയം പണിയെടുത്താലെ വള്ളം വാങ്ങിയ കടം വീട്ടിത്തീർക്കാൻ പറ്റൂ.
കഠിനാധ്വാനിയായ അന്തോണി ഒരു ഉദാരമതിയുമായിരുന്നു.
അന്തോണിച്ചായോ, ഇന്ന് നല്ല കോളാന്നാ തോന്നുന്നത്
അതേയതെ
ഇന്നെല്ലാർക്കും അധികം കൂലി ഞാൻ തരുന്നുണ്ട്.
ങേ, അതെന്തിനാ?.
എനിക്ക് കൂടുതൽ പണം കിട്ടുമ്പോൾ അതിന്റെ ഒരു ഓഹരി നിങ്ങൾക്കും കൂടി അവകാശപ്പെട്ടതാ.
അന്തോണിച്ചായൻ മനുഷ്യത്വമുള്ളോനാ.
ശരിയാ.

കർത്താവെ, വലപിടിക്കുന്ന എന്റെ തൊഴിലാളികൾക്ക് ആയുസ്സും ആരോഗ്യോം ഒന്നും കൊടുക്കണെ...
അടുത്ത ദിവസം.....
ആ പലിശക്കാരൻ ഗബ്രിയേല് ദേ, ഇങ്ങോട്ടാണല്ലോ വരവ്.
മൊതലും പലിശേം ഞാൻ കൃത്യമായി കൊടുക്കുന്നുണ്ടല്ലോ പിന്നെ എന്തിനാണാവോ ?.
എന്താ മുതലാളീ തിടുക്കപ്പെട്ട്...
നീ തൊഴിലാളികൾക്ക് കൂലി കൂട്ടിയാണ് കൊടുക്കുന്നെന്ന് കേട്ടു.
കൂടുതൽ മീൻ കിട്ടുന്ന ദിവസം കിട്ടുന്ന ലാഭത്തിന്റെ ഒരു വിഹിതം ആ പാവങ്ങൾക്ക് കൂടി...
വേണ്ട, വേണ്ട... അത്തരം ഏർപ്പാടൊന്നും തോറേല് വേണ്ട.
നിന്റെ തൊഴിലാളി സ്നേഹം നിമിത്തം അനാവശ്യമായി ഉണ്ടാകുന്ന നഷ്ടം ആരു സഹിക്കും ?.
എന്നാൽ മനുഷ്യസ്നേഹിയായ അന്തോണി ഗബ്രിയേലിന്റെ താക്കീതിനെ വകവച്ചില്ല.

ബാലുകൃഷ്ണ എസ്

പിറ്റേന്ന്...
അയ്യോ, എന്റെ വല... ആരോ വെട്ടി നശിപ്പിച്ചല്ലോ, ന്റെ കർത്താവേ...
അന്തോണിക്ക് അന്ന് കടലിൽ പോകാൻ കഴിഞ്ഞില്ല.
അടുത്ത ദിവസം...
പണിക്ക് പോയോ ഇല്ലയോ എന്നെനിക്കറിയേണ്ട. പണമടവ് മൊടങ്ങിയാ വള്ളം ഞാൻ കൊണ്ടുപോകും.
തൊഴിലാളികൾക്ക് അർഹതപ്പെട്ട കൂലിപോലും കൊടുക്കാത്ത അയാൾ പണമിടപാട് കാര്യത്തിൽ യാതൊരു വിട്ടുവീഴ്ചയും ചെയ്യാത്ത ഒരു ദുഷ്ടനായിരുന്നു.
ആ ഗബ്രിയേല് മുതലാളി ഇടപാട് വേണ്ടാന്ന് നമ്മൾ പലവട്ടം പറഞ്ഞതല്ലേയിച്ചായാ.
ഇനി പറഞ്ഞിട്ട് കാര്യമില്ല ജോസേ. നാളെ പണിക്കിറങ്ങാം
എന്റെ വല നശിപ്പിച്ചത് ആ ഗബ്രിയേലിന്റെ ഗുണ്ടകളാണെന്ന് തൊറയിലൊരു സംസാരമുണ്ട്.

കടലമ്മേ കാത്തോളണേ...
അന്തോണിയുടെ രോദനം കേട്ട്....
കടലമ്മ പ്രത്യക്ഷയായി.
കടലമ്മ അപ്രത്യക്ഷയായി.
ചാകുന്നെങ്കിൽ ചാകട്ടെ.

പറഞ്ഞുതീർന്നതും അയാളുടെ മുന്നിലൊരു പങ്കായമെത്തി.
ഹായ് എന്തതിശയം!
ഹൊ, വല്ലാതെ വിശക്കുന്നു. കൂട്ടുകാരനോട് ചോദിച്ചു നോക്കാം. എന്റെ കൂട്ടുകാരാ ചോറും കറിയും.
പറഞ്ഞുതീർന്നതും തളികകളിൽ വിഭവസമൃദ്ധമായ ആഹാരമെത്തി.
അന്തോണിക്ക് മാന്ത്രികപ്പങ്കായം കിട്ടിയ വാർത്ത നാട്ടിൽ പാട്ടായി.
ഇനി പണിക്കൊന്നും പോകണ്ടല്ലോ
ഇല്ല, ഞാനിതിനെ അനാവശ്യമായി ഉപയോഗിക്കില്ല.
പിറ്റേന്ന് ഗബ്രിയേൽ അന്തോണിയെ കാണാനെത്തി.
ഇതാ മുതലാളി പണം.
എന്ത്, ഇതെന്തതിശയം! ഇയാൾക്ക് ഇങ്ങനെ ഇടപെടാനറിയോ.
പണം തൽക്കാലം നിന്റെ കൈയ്യിലിരിക്കട്ടെ. ഞാനിപ്പോ വന്നത് മറ്റൊരു കാര്യത്തിനാ.

എന്തുകാര്യം ?.
നിനക്കു കിട്ടിയ ആ മാന്ത്രികക്കുടുക്ക ഒന്നു കാണാൻ...
അതിനെന്താ, ഞാനിപ്പോ എടുത്തുകൊണ്ടു വരാം.
സൂക്ഷിച്ചോണേ... അയാളൊരു തട്ടിപ്പു-കാരനാ.
വലിയ ധനികനായ അയാൾക്കെന്തിനാ നമ്മുടെ ഈ കുടുക്ക ?.
ഇതാ മാന്ത്രിക ക്കുടുക്ക.
ആഹാ, കൊള്ളാല്ലോ, ഇത്. ഇതിനോട് എന്തു ചോദിച്ചാലും തരുമോ ?.
തീർച്ചയായും. പക്ഷെ കടലിൽ വച്ചാകണമെന്നേ-യുള്ളൂ.
മുതലാളിക്ക് അത്രയ്ക്ക് താത്പര്യമാണെങ്കിൽ ഇപ്പോൾത്തന്നെ പോയി പരീക്ഷിച്ചിട്ട് വരാം.
എങ്കിലങ്ങനെ-യാവാം.

നടുക്കടലിലേയ്ക്കൊന്നും പോവല്ലേ
കടല് ഞാൻ കൊറെ കണ്ടതല്ലേ അന്തോണി.
ഹാവൂ രക്ഷപെട്ടു. കുട്ട്യോളോട് പറഞ്ഞ് ഇപ്പത്തന്നെ ഈ വള്ളം നിറയെ സ്വർണ്ണം വരുത്തിക്കണം.
പിന്നെ, നാട്ടിലെന്നല്ല; ഈ ഇന്ത്യാ മഹാരാജ്യത്തെ കോടീശ്വരൻമാരിൽ ഒരാളാകും ഞാൻ. ഹി ഹി ഹി . .
വല്ലാത്ത വിശപ്പ്. ആദ്യം ആഹാരം കഴിക്കാം. പിന്നെ സ്വർണ്ണം ചോദിക്കാം എന്റെ കുട്ട്യോളേ ഒരു ബിരിയാണി.
ഉടനെ ആ വള്ളത്തിൽ ഒരു ബിരിയാണി എത്തി.
ഹായ്, എന്തു നല്ല മണം!
ഇത്രയേറെ മണമുള്ള ബിരിയാണിക്ക് എന്ത് ടേസ്റ്റായിരിക്കും?.

ഛെ, ഇതിന് ഉപ്പ് തീരെയില്ല. കൂട്ടുകാരോട് പറഞ്ഞ് കുറച്ച് ഉപ്പ് വരുത്തിക്കാം.
കൂട്ടുകാരെ ഉപ്പ്.
പറഞ്ഞതിൻ പ്രകാരം വള്ളത്തിലേക്ക് ഉപ്പ് വന്നു നിറയാൻ തുടങ്ങി.
മതി കൂട്ടുകാരെ. ഉപ്പ് മതി കൂട്ടുകാരെ.
നിർത്താൻ അറിയില്ല എന്ന് ഗബ്രിയേൽ അപ്പോഴാണ് മനസ്സിലാക്കിയത്.
അയ്യോ, ഉപ്പ് നിറഞ്ഞ് വള്ളം ഇപ്പ മുങ്ങുമേ...
അയ്യോ ഞാനിപ്പോ ചാവും... രക്ഷിക്കണേ....
കുമിഞ്ഞുകൂടിയ ഉപ്പിന്റെ ഭാരത്താൽ വള്ളം മുങ്ങിത്താഴുന്നതോടെ ദുരാഗ്രഹിയായ ഗബ്രിയേലിന്റെ കഥയും കഴിഞ്ഞു.
കടലിലെ ഗബ്രിയേലിന്റെ നിലവിളി ആരും കേട്ടതേയില്ല.
അവസാനിച്ചു.

ഉപായത്തിൽ അപായമരുത്

നെല്ലാടി ഗ്രാമത്തിലെ നല്ല കർഷകൻ

ബാലുകൃഷ്ണ എസ്

സന്ധ്യമയങ്ങിയതോടെ തവളകൾ കുളക്കരയിലിരുന്ന് കൂട്ടത്തോടെ ശബ്ദമുണ്ടാക്കിത്തുടങ്ങി...
ക്രോം ക്രോം ക്രോം
ഇനി എത്രനാൾ നമ്മൾ ഈ ചെളിക്കുളത്തിൽ കഴിയും കൂട്ടുകാരെ.
അടുത്തിടെയൊന്നും മഴ പെയ്യുമെന്ന് തോന്നുന്നില്ല
മീനുകളെയെല്ലാം മനുഷ്യർ പിടിച്ചുകൊണ്ട് പോയി. ഇനി അവരുടെ നോട്ടം നമ്മളിലേക്കായിരിക്കും.
അതു മാത്രമോ. ആഹാരം പോലുമില്ല, വലയുകയാണ് നമ്മൾ.
ദേ, മനുഷ്യരാരോ ഇങ്ങോട്ട് വരുന്നുണ്ട് വേഗം ഒളിച്ചോ.
ഡെയ്, നാളെ രാത്രി ടോർച്ചും വടിയുമായിട്ട് വരാം
അതിനിവിടെ തവളകളുണ്ടോ?
ഈ ചെളിക്കുളത്തില് ചത്തത് കിടപ്പുണ്ടാകും.
പ്രകൃതിയിലെ ജീവജാലങ്ങളെ ഒന്നും നമ്മൾ കൊല്ലരുത്. വാ പോകാം

മനുഷ്യർ പോയതോടെ തവളകൾ പിന്നെയും ഒത്തുകൂടി.
ശത്രുക്കളുടെ കണ്ണിൽപ്പെടാതെ നമ്മൾ ഓരോരുത്തരും തികഞ്ഞ ജാഗ്രത പാലിക്കണം.
അതൊക്കെ നമ്മള് നോക്കിക്കോളും. പക്ഷെ... ആഹാരമൊന്നുമില്ലാതെ ഇങ്ങനെ എത്രനാൾ ജീവിക്കും?.
നമുക്കിവിടം വിട്ട് മറ്റെവിടെ യെങ്കിലും പോയാലോ?.
അതൊക്കെ ആപത്താ. വെള്ളമുള്ള സ്ഥലം തേടി പോയ നമ്മുടെ പൊന്നൻ ചേട്ടനെ പറ്റി വല്ല വിവരോം ഉണ്ടോ?.
പാവം ജീവിച്ചിരുപ്പുണ്ടോ എന്നുപോലുമറിയില്ല.
അപ്പോഴാണ് കോമളിത്തവള കൂട്ടത്തിലേക്ക് വന്നത്.
നീ എവിടെയായിരുന്നു ഇതുവരെ?.
ഞാൻ ആഹാരം തേടാനുള്ള പുതുവഴികളെ പറ്റിയുള്ള ചിന്തയിലായിരുന്നു.
എന്നിട്ട് ചിന്തയിൽ എന്തെങ്കിലും തെളിഞ്ഞോ?.
ഹും, തെളിഞ്ഞെന്നോ. എപ്പോ തെളിഞ്ഞെന്ന് ചോദിച്ചാ മതി.

എങ്ങനെ ?.
ദേ നോക്കിക്കെ. ഈ മുറിവിലേയ്ക്ക് ഈച്ചകളെത്തുമ്പോ ഞാനത് മെല്ലെ പിടിച്ചെടുത്ത് തിന്നും
നോ പെയിൻ - നോ ഗെയിൻ - അതാണെന്റെ പോളിസി.
ഉം, പോളിസിയൊക്കെ കൊള്ളാം. പക്ഷെ, ഈ ഉപായത്തിന്റെ പിന്നിലെ അപായം നീ അറിയുന്നില്ല
ഒരപായവുമില്ല.
ആഴ്ചകൾ പലതു കഴിഞ്ഞു.
വേനൽചൂട് നീണ്ടുപോയെങ്കിലും രണ്ട് മഴ കിട്ടിയപ്പോ ആശ്വാസം.
വേഗം പോകാം ദേ മേഘം ഇരുണ്ട് കയറുന്നുണ്ട്
അമ്പലക്കുളത്തിൽ കുറേശ്ശെ വെള്ളം കയറിത്തുടങ്ങിയപ്പോഴേക്കും, ചെളിയിൽ പൂത്തഞ്ഞു കിടന്ന തവളകൾ ഓരോന്നായി പുറത്തേക്ക് വന്നു.

ഹായ് വെള്ളം, ഇനി നമുക്കിവിടെ നീന്തിത്തുടിക്കാം.
നമ്മുടെ കോമാച്ചി എവിടെ പോയോ ആവോ
എവിടെ നിന്നോ ഒരു ദുർഗന്ധം വരുന്നല്ലോ.
ദേ ഇരിക്കുന്നു നമ്മുടെ കോമാച്ചി.
ഇവന്റെ ദേഹത്തുനിന്നാ ഈ ദുർഗന്ധം.
അയ്യേ, ഇവന്റെ മുറിവെല്ലാം വ്രണമായല്ലോ.
വേദന കാരണം എനിക്ക് ഒന്നനങ്ങാൻ കൂടി വയ്യാതായി കൂട്ടുകാരെ.
മനുഷ്യനെപ്പോലെ പ്രകൃതിയെ മറന്ന് ജീവിച്ചാൽ ഇതാവും ഗതി.
നമുക്കിവനെ താങ്ങി വെള്ളത്തിലേയ്ക്കിറക്കാം
ഒരു ഗരുഡൻ ആകാശത്തിലെ തവളക്കൂട്ടത്തെ കണ്ട് അങ്ങോട്ട് പറന്നിറങ്ങി.
അയ്യോ, ദേ പരുന്ത്. വേഗം ചാടി രക്ഷപ്പെട്ടോ.
തവളകളെല്ലാം വെള്ളത്തിലേക്ക് ഇറങ്ങിയിട്ടു. എന്നാൽ...
..തടിച്ചുരുണ്ടതിനാൽ ഇറങ്ങാൻ പറ്റാതിരുന്ന കോമാച്ചിയെ പരുന്ത് ഭക്ഷണമാക്കുകയും ചെയ്തു.
പ്രകൃതിയെ അറിഞ്ഞ് ജീവിക്കുക.
അവസാനിച്ചു

കളഞ്ഞു കിട്ടിയ തങ്കക്കൊലുസ്സ്

ഇത് രാമൻകുട്ടി സാർ. കുട്ടികൾക്ക് ഏറെ പ്രിയങ്കരനായ ട്യൂഷൻ മാസ്റ്റർ.
ജനങ്ങളുടെ ഇടയിലും സാറിന് നല്ല മതിപ്പായിരുന്നു
ആ രാമൻകുട്ടിസാറ് പഠിപ്പിച്ചതുകൊണ്ടാ എന്റെ മോന് ഇത്രേം നല്ല മാർക്ക് കിട്ടിയത്.
ഫീസ് കൊടുക്കാൻ നിവർത്തിയില്ലാത്ത കുട്ടികളെ സാറ് ഫ്രീയായിട്ടാ പഠിപ്പിക്കുന്നത്.
സാറിന്റെ വീട്ടിൽ
ഇന്നെന്താ ചേട്ടാ ഇത്രേം താമസിച്ചത്?
ഹൊ, ആ ബസ് ബ്ലോക്കായി വഴിയിൽ പെട്ടു.
എത്ര നാളായി ഞാൻ പറയുന്നു ഒരു സ്കൂട്ടർ വാങ്ങാൻ.
സ്ഥിരവരുമാനമില്ലാത്ത ഞാൻ വണ്ടി വാങ്ങി അടവ് മൊടങ്ങിയാ നീ കൊടുക്കുമോ?
അപ്പോൾ, പണമില്ലാത്തവർ പഠിക്കേണ്ടെന്നാണോ നീ പറയുന്നത്.
നിങ്ങൾ ഇത്രേം ഉദാരമതിയാകുന്നതുകൊണ്ടാ ഈ പ്രശ്നം.
സൽപേര് രാമൻകുട്ടി- സാറെന്ന് ജനത്തെക്കൊണ്ട് വിളിപ്പിക്കാനല്ലേ നിങ്ങളീ കോപ്രായങ്ങളൊക്കെ കാട്ടുന്നത്.

പെട്ടെന്ന് സാറിന്റെ ഫോൺ ശബ്ദിച്ചു.
ഹലോ...
ഹൊ, ഇനി ഫോണിലായി പഠിപ്പീര് ന്റെ പൊന്നേ ഈ മനുഷ്യനെ കൊണ്ട് ഞാൻ തോറ്റു.
അടുത്ത ദിവസം വൈകുന്നേരം.
സുകൃ, നമ്മുടെ നാട്ടിലേക്കുള്ള വണ്ടി പോയോ?.
ആ ബസ് ഇല്ല സാർ. വർക്ക്ഷോപ്പിലാ.
BUS STOP
അപ്പോൾ ഇന്നും വീടെത്താൻ വൈകും. ഒപ്പം അവളുടെ പരിഹാസോം കേൾക്കേണ്ടിവരും.
അല്പ സമയം കഴിഞ്ഞപ്പോൾ.....
രാമൻകുട്ടിസാറേ, വാ നമുക്കിതിലങ്ങ് പോകാം.
ഹാ, ഇതാര് വാദനോ.
Royal Enfield
ഒരു ടൂവീലറുണ്ടായിരുന്നെങ്കിൽ എന്തുമാത്രം സമയം ലാഭിക്കാം. യാത്രേം സുഖം.
വീട്ടിൽ...
ങേ, ഇന്നെന്തുപറ്റി നേരത്തെ എത്തിയല്ലോ
എനിക്ക് നിന്നോടൊരു കാര്യം പറയാനുണ്ടായിരുന്നു.
LPG

എന്താ?.
ഒരു ടൂവീലർ വാങ്ങണമെന്ന് ഞാനങ്ങ് തീരുമാനിച്ചു. കുറച്ചു കാശേ കൈയ്യിലുള്ളൂ. ലോണായി വാങ്ങാൻ താത്പര്യവുമില്ല.
നിങ്ങളെന്താ പറഞ്ഞുവരുന്നത്?.
നിന്റെ കൊറച്ച് സ്വർണം തരുകയാണെങ്കിൽ...
ആ പൂതിയങ്ങ് മനസ്സിൽ വച്ചാമതി. വണ്ടിവേണമെങ്കിൽ സ്വന്തമായി കാശുണ്ടാക്കി വാങ്ങണം.
ഛെ, ചോദിച്ചതു തന്നെ അബദ്ധമായിപ്പോയി. വെറുതെ അവൾട കുത്തുവാക്ക് കൂടി കേൾക്കേണ്ടി വന്നു.
പിറ്റേ ദിവസം.
ഇന്ന് ട്യൂഷൻ നേരത്തെ നിർത്തിയതുകൊണ്ട് സമയത്ത് വീടെത്താൻ പറ്റി.
രാമൻകുട്ടി വീട്ടിലേക്ക് തിരിയുന്ന ഇടവഴിയിലെത്തിയപ്പോൾ....
ങേ, ഒരു സ്വർണചെയിൻ
ഹൊ, ഭാഗ്യം. ആരും കണ്ടില്ലെന്ന് തോന്നുന്നു.

തനി തങ്കം പോലുണ്ട്. ഇതുവിറ്റാലൊരു സ്കൂട്ടർ വാങ്ങാനുള്ള കാശ് കിട്ടുമോ. എന്തായാലും ടൗണിലേക്ക് തന്നെ പോകാം.
വണ്ടി വാങ്ങാനുള്ള പണം ഏതാണ്ട് ഒത്തു. ഇനി ടൂവീലർ ഷോറൂമിലേക്ക് പോകാം.
JEWELLA
കുട്ടികള് കടയിൽപോയി മിഠായി മേടിക്കുന്ന പോലെ, ഇപ്പൊ ഒരു സ്കൂട്ടറൊക്കെ വാങ്ങാൻ എന്തെളുപ്പം.
രാമൻകുട്ടി വീട്ടിലെത്തി.
അവളെ പുറത്തൊന്നും കാണുന്നില്ലല്ലോ. ഇത് അവൾക്കൊരു സർപ്രൈസാകും.
ശാരദെ, നീ ഒന്നു പുറത്തേക്ക് വന്നേ. ഈ താക്കോല് എന്തിന്റേതാണെന്ന് നിനക്കറിയോ ?. ഞാൻ വാങ്ങിയ പുതിയ സ്കൂട്ടറിന്റേതാ.
ഏ, ഇതു കേട്ടിട്ട് നിനക്കെന്താടി ഒരു സന്തോഷമില്ലാത്തെ

എന്തോ, നിനക്കെന്തുപറ്റി?
എന്റെ തങ്കക്കൊലുസ് കളഞ്ഞുപോയി ചേട്ടാ.
ങേ, എപ്പോ എവിടെ വച്ച്?
വൈകുന്നേരം കടയിൽ പോകുന്നതുവരെ ഉണ്ടായിരുന്നു. എന്നാലും എന്റെ തങ്കക്കൊലുസ്സ്.
നിന്റെ അശ്രദ്ധ. അതുതന്നെ കാരണം. ഏതോ ഭാഗ്യവാന് കിട്ടിക്കാണും.
ആ ഭാഗ്യവാൻ ഞാനാണെന്ന് ഒരിക്കലും ഇവളറിയേണ്ട.
എന്നാപ്പിന്നെ വേഗം വന്ന് വണ്ടിലേക്ക് കേറ്. നമുക്ക് പോയൊന്ന് അന്വേഷിക്കാം.
ഉം.
സ്കൂട്ടർ വാങ്ങിയതിന്റെ സന്തോഷം പങ്കിടാൻ ഇവളേം കൂട്ടി ഒരു ഔട്ടിങ്. ഹിഹിഹി......
അവസാനിച്ചു.